காற்றில் மிதக்கும் நீலம்

சக்தி ஜோதி

காற்றில் மிதக்கும் நீலம்	:	கவிதைகள்
ஆசிரியர்	:	சக்தி ஜோதி
	:	© ஆசிரியருக்கு
முதற்பதிப்பு	:	டிசம்பர் 2011
புதிய பதிப்பு	:	மார்ச் 2014
வெளியீடு	:	வம்சி புக்ஸ்
		19, டி.எம்.சாரோன்,
		திருவண்ணாமலை - 606 601
		செல்: 9445870995, 04175-251468
அச்சாக்கம்	:	மணி ஆப்செட், சென்னை-600 077
விலை	:	₹ 90/-
ISBN	:	978-93-80545-98-1

Katril Mithakum Neelam	:	Poems
	:	Sakthi Jothi
	:	© Author
First Edition	:	December 2011
New Edition	:	March 2014
Published by	:	Vamsi books
		19 D.M.Saron,
		Tiruvannamalai - 606 601
		9445870995, 04175-251468
Printed at	:	Mani Offset, Chennai - 600 077
Price	:	₹ 90/-
ISBN	:	978-93-80545-98-1

vamsibooks@yahoo.com * www.vamsibooks.com

சக்திவேலுக்கு

நன்றி

உயிர் எழுத்து ○ காலச்சுவடு ○ புது விசை
கல்கி ○ பெண்ணே நீ ○ மகாகவி ○ பிருந்தாவனம்
ரசனை ○ செம்மலர்

ஆசையின் மாயமொழி

தன் கவிதைகள் மூலம் எனக்குப் பொருட்படுத்தத் தகுந்தவராக இருக்கும் சக்தி ஜோதி கவிதையாக்கத்தை ஒட்டிய பிற செயல்களாலும் வியப்பளிப்பவராகத் தோன்றுகிறார். சிற்றிதழ்களில் அவ்வப்போது அவரது கவிதைகள் வெளியாகிப் பார்த்திருக்கிறேன். அவரது முதலாவது தொகுப்பு ‘நிலம் புகும் சொற்கள்’ 2008 இல் வெளிவந்தது. தொடர்ந்து ஒவ்வொரு ஆண்டும் அவருடைய ஒவ்வொரு கவிதைத் தொகுப்பு வெளியாகியிருக்கிறது. 'காற்றில் மிதக்கும் நீலம்’ அவருடைய நான்காவது தொகுப்பு. இந்த வருடாந்திரப் புத்தக விரதமும் சரளமான எண்ணிக்கையும் வியப்பளிக்கின்றன. இந்த ஒவ்வொரு தொகுப்புக்கும் மூத்த எழுத்தாளர்கள் முன்னுரை எழுதியிருக்கிறார்கள். முறையே பிரபஞ்சன், நாஞ்சில்நாடன், கல்யாண்ஜி. இந்த வரிசையில் நானும் சேர்வது இரண்டாவது வியப்பு.

நான்கு தொகுப்புகளும் ஒரே சமர்ப்பணத்தைக் கொண்டிருப்பது மற்றொரு வியப்பு. 'என் மூச்சுக் காற்றால் விளக்கின் சுடரை எரியச் செய்துகொண்டிருக்கிறேன் / காதலின் பொருட்டு’ என்ற ‘பாதையில் பரப்பிய தென்றல்’ கவிதையின் உள்வரி நினைவுக்கு வந்து வியப்பைக் கூட்டுகிறது.

கவிதைக்கு இரண்டு அடிப்படைக் கூறுகள் இருக்க வேண்டுமென்று நான் எண்ணுகிறேன். கவிஞரின் தனித்துவமான கவிதை மொழியும் அந்தக் கவிதை இயங்கும்

மரபின் பொது மொழியும். இந்த இரு கூறுகளும் ஒன்றிணையும்போதே மொழியின் அங்கமாகக் கவிதை மாறுகிறது என்பது என் நம்பிக்கை.

ஒன்றிணைவு சாத்தியமாகாதபோது கவிதை இன்னொரு கவிதையின் நகலாகிறது; போலச் செய்தலாகிறது. தான் சங்கக் கவிஞரான வெள்ளிவீதியாரின் வழித் தோன்றல் என்று முதலாவது தொகுப்பில் சுய அறிமுகம் செய்து கொண்டிருக்கிறார் சக்திஜோதி. முந்தைய தொகுப்புகளுக்கு முன்னுரை எழுதியவர்கள் இதை வழி மொழிந்துமிருக்கிறார்கள். தனது தனி மொழியை இந்த மொழியின் பெரும் கவி மரபுக்குள் ஒன்றிணைக்கும் உபாயமாகவே கவிஞர் இதைச் செய்திருக்கிறார் என்று படுகிறது. தனது இடத்தை நிர்ணயிக்கும் செயலாகவே தோன்றுகிறது. காலங்காலமாகத் தொடரும் பெண் மனநிலையை நவீனப் பின்புலத்தில் நிறுவும் எத்தனமாக இதைச் சொல்லலாம். இதை உடன்பாடாகவும் எதிர்மறையாகவும் கையாளுகிறார். சங்க இலக்கியத்தில் இடம் பெறும் காதல் வெறும் இலட்சிய நிலை சார்ந்ததல்ல உடலின் வேட்கையையும் வெளிப்படுத்துவது. அதை நவீனப் பொருளில் கையாளுகிறார் சக்தி ஜோதி. இது உடன்பாட்டு நிலை. சங்க இலக்கியக் காதலன்கள் ஒன்று ஏமாற்றுக்காரர்கள்; அல்லது பெண்ணை ஏங்கச் செய்பவர்கள். இன்றைய பெண் கூற்றுக் கவிதைகளிலும் இதன் தொடர்ச்சியைப் பார்க்கலாம். இந்த இரண்டுமில்லா சம மதிப்பிலான காதலர்களை சக்தி ஜோதியின் கவிதைகளில் பார்க்கலாம். இரு பாலும் ஒன்றையொன்று நிறைவு செய்யும் கட்டாயத்துக்கு உட்பட்டவையாகச் சித்தரிக்கப்படுவது சங்கக் கருத்திலிருந்து இவர் விலகும் இடம்.

‘பனிக்கால வெயில்

உன் நினைவுகளிலிருந்து
எழுப்புகிறது என்னை
பூக்களுக்கு நிறத்தைத் தூவியபடி
நகர்கிறது வெயில்

கொடியது
இப்பனி அல்ல
பனிக்காலத்தில் வரும்
உன் நினைவுகள்தான்

அந்த நினைவுகள்தான்
அக்கினி காலத்து சூரியஒளியைப் போல
சுட்டெரித்துக் கொண்டிருக்கின்றன

பறவைகளைக்
கோடையில் தண்ணீருக்கென அலையச் செய்வதுபோல
பனியிலிருந்தோ
அந்தக் காலத்தின் துயரம் மிகுந்த சம்பவங்களிலிருந்தோ
விடுபட அலைகிறேன்

அந்தப் பருவம் முழுக்க
வெற்றுப் பாதங்களோடு
பளிங்குக்கற்களை மிதித்து நடந்து செல்கிறேன்

நேற்றிரவு

நீ நடந்து சென்ற பாதை

அனலெனச் சுட்டெரிக்கிறது

கடந்தோ

மிதித்தோ

செல்வது எப்படியெனத் தயங்குகிறேன்

என் முன் விரிந்திருக்கிறது

உன் நினைவெனும் பெருவெளி'

    இந்தக் கவிதையை மேற்சொன்னவற்றுக்கு எடுத்துக் காட்டாக முன்வைக்கிறேன். வன்மமில்லாத இந்த மனப்பாங்கின் விரிவாகவே சக்தி ஜோதியின் இதர கவிதைகளையும் கருதலாம். கல்வாரிப் பாதையில் எதிர்ப்படும் யேசுவும் சாலமோன் கட்டிய சுவரில் தலைகவிழ்த்து அழுபவர்களும் இடைவிடாமல் எரிந்து கொண்டிருக்கும் சிதைகளின் மத்தியில் பூக்களைச் சூடியபடிக் கடக்கும் கங்கையும் விரல்களில் ருசியை வைத்திருக்கும் அம்மாவும் தன் முன்னிருக்கும் உலகிலிருந்து வெளியேறி தன்னுள் இயங்கும் உலகிற்குள் நடந்து செல்லும் சிறுமியும் அன்பின் சொரூபங்களாக நடமாடுவது இந்த வன்மமில்லாத சிந்தனையின் உதாரணங்கள். ஆனால், பூமியும் மனிதர்களும் அத்தனை சாத்வீகமானவர்களா? இந்த எண்ணம் வெறும் ஆசைதானா? ஆனால் அந்த ஆசைதான் சக்தி ஜோதியின் கவிதையாக்கத்தின் ஊற்றுக் கண் என்றும் தோன்றுகிறது. அதை அவரே ஏற்பளிக்கவும் செய்கிறார்.

    'ஆயிரம் ஆயிரம் சொற்களை வாசித்திருக்கிறேன்

ஆயிரம் ஆயிரம் சொற்களை எழுத ஆசை

ஆயிரம் ஆயிரம் துரோகங்களைச் சந்தித்திருக்கிறேன்

ஆயிரம் ஆயிரம் துரோகங்களைச் செய்ய ஆசை

ஆயிரம் ஆயிரம் பொறாமைகளைப் பார்த்திருக்கிறேன்

ஆயிரம் ஆயிரமாய்ப் பொறாமைப்பட ஆசை

ஆயிரம் ஆயிரம் மரணங்களைப் பார்த்திருக்கிறேன்

ஆயிரம் ஆயிரமாய்ச் சாக ஆசை

ஆயிரம் ஆயிரம் நல்லவர்களைப் பார்த்திருக்கிறேன்

ஆயிரம் ஆயிரம் நல்லவர்களாக மாற ஆசை

ஆயிரம் ஆயிரம் குழந்தைகளைப் பெற்றவர்களைப் பார்க்கவேயில்லை

ஆயிரம் ஆயிரமாய்க் குழந்தைகள் பெற்றுக் கொள்ள ஆசை

அந்தக் குழந்தைகள்

அன்பின் மொழியால்

ஆயிரம் ஆயிரம் கவிதைகள் எழுதுவார்கள்.'

இந்த மாயமொழியின் பொருளைச் சாதிப்பதுதானே கவிதை.

சுகுமாரன்

திருவனந்தபுரம்.

சுவீகரித்துக்கொண்ட சொற்கள்

காற்றில் மிதக்கும் நீலம் என்கிற இந்த நான்காவது கவிதைத் தொகுப்பை எழுதி முடித்து நான்கு மாதங்கள் கடந்து விட்டன. இந்தத் தொகுப்பின் கவிதைகளை மீண்டும் வாசித்து முடித்தபோது, நான் கண்டடைந்த வாழ்வே கவிதையாக விரிவடைந்திருப்பதை உணரமுடிகிறது. நான் மனிதர்கள்மீது கொண்டுள்ள நம்பிக்கையே பின்னாட்களில் அன்பாக, நட்பாக மாறிவிடுவது இயல்பாக என் வாழ்வில் நிகழ்கின்றது.

தொடர்ந்து எழுதுவதும் புத்தகங்கள் வாசிப்பதும் இலக்கியம் சார்ந்த நண்பர்களுடன் உரையாடுவதும் எனக்கு சாத்தியமாவதும் இதன்பொருட்டுதான்.

நான் சந்திக்கும் நண்பர்களோடு உருவாக்கிக்கொள்ளும் புரிதலும் புரியாமையும் அறிதலும் அறியாமையும் நம்பிக்கையும் நம்பிக்கையின்மையும் எனக்குள் ஏற்படுத்தியிருக்கிற மாற்றங்கள் என்னளவில் முக்கியமானவையாகவும் அவசியமானவையாகவும் இருக்கின்றன.

இலக்கியத்தைப் புரிந்து கொள்வதும் தேடிப் படிப்பதும் எனக்குள் பெரும் மாற்றத்தை ஏற்படுத்தியிருக்கிறது என்றால் மிகையில்லை. ஏன் பிறர் மேல் நான் அன்பு செலுத்த வேண்டும் அல்லது சக மனிதர்களின் அன்பைப் பெற்றிருக்கிறேன் என்று யோசிக்கையில் கண்களில் இலக்கியமே கசிகிறது.

எனக்குக் கிடைத்துள்ள இலக்கிய அங்கீகாரத்திற்குஇன்னும் நான் தகுதியானவள்தானா என்ற கேள்வியும் அதன்

நிமித்தமாகவே நான் அதிக கவனத்துடன் சொற்களைப் பின்தொடர்வதும் நிகழ்ந்தவண்ணம் உள்ளன. சொற்களால் தான் அன்பும் நட்பும் அதன் நம்பகத்தன்மையும் சாத்தியமாயிருக்கிறது. மனதிலிருக்கும் சொற்கள் ஒவ்வொரு மனிதர்களின் வழியாக வெளியேறும்போது பிரயோகிப்பவரின் குணத்தன்மைக்கு ஏற்ப அதன் அர்த்தங்களுடன் சொற்களாக இல்லாமல் வாழ்வின் பரிபூரணத்துடன் மாற்றமடைகிறது. இவ்வகையில் என் கவிதையும் அதன் உள்ளீடுகளும் அதன் குணங்களும் பிரதிநிதிப்படுத்துவது அன்பை மட்டுமே.

அன்பிற்கு எதிரான உலகமும் கவிதைகளும் இருக்கின்றதா என்றால் இருக்கின்றன. துரோகத்தினையும் அவநம்பிக்கையினையும் வலியுறுத்தி சற்று கூடுதலான கவனங்களுடன் எழுதப்படும் இருத்தலியல் கவிதைகள் என்னுடைய வாசிப்பின் பயன்பாட்டில் இருக்கின்றன. அந்தக் கவிதைகளின் அடிப்படையில் என்னையும் துரோகத்தை, நம்பிக்கையின்மையை சந்தித்தவராக உருவகித்துக் கொண்டு கவிதை எழுத ஒருபோதும் நான் விரும்பியதில்லை. என்னுடைய வாழ்நிலையில் அவநம்பிக்கைக்கும் துரோகத்திற்கும் இடமில்லையென்பதை வலியுறுத்திச் சொல்லவே செய்வேன்.

எனக்கான தரிசனத்தையும் அதன் வழியாக நான் கண்டடைந்த தத்துவத்தையும் என்னுடைய மொழியின் வழியாகச் சொல்ல முயலுகிறேன். எனது நிலமும் அதன் காட்சிகளும் எப்போதும் எனக்குப் பாடுபொருளாக இருக்கின்றன. நான் பயணிக்கும் நிலத்திலிருந்தே என் கவிதைகளுக்கான படிமங்களையும் எடுத்துக்கொள்கிறேன். ஆறுகளும் மரங்களும் மலைகளும் பறவைகளும் மாலை நேரங்களும் இரவின் தனிமையும் கடலும் காற்றும் என் முன்பாகப் பரந்து விரிந்து கிடக்கும் வெளியும் என் அகக் கண்களின் வழியாகக் கவிதையென உருவாகின்றன.

மேலும் இன்றைய சூழலின் பதற்றம் என்னைச் சலனப் படுத்திக் கொண்டேயிருக்கிறது. இன்றைக்கு அழிந்து வரும் பறவை இனத்தின் துயரம் என் மீதும் கவிகிறது. இன்னும் அழிந்துவிட்ட எத்தனையோ பூச்சியினங்களும் நலிந்து வருகின்ற விவசாயமும் கவிதைகளின் வாயிலாகப் பதிவு செய்வதைத் தவிர வேறு எதுவும் செய்யமுடியாத சமூகத்தைச் சார்ந்தவளாக இருக்கிறேன் என்றபோதிலும் தற்காத்துக் கொள்கிறவாழ்வியல்எதார்த்தங்களைஉணர்கையில்எவ்வகையிலும் அந்தப் பறவைகள் காப்பாற்றப்பட வேண்டுமென்ற எனது விருப்பம்தான் கவிதை எழுதத் தூண்டுகிறது.

என் கவிதைகளை வெளியிட்ட இதழாசிரியர்களுக்கும் வெளியானபோது கலந்துரையாடல் செய்து ஊக்கப்படுத்திய நண்பர்களுக்கும் நன்றி.

முன்னுரை எழுதித்தந்த என் மதிப்பிற்குரிய கவிஞர் சுகுமாரன் அவர்களுக்கு வெறும் வார்த்தைகளால் நன்றிகளை எழுதிவிட முடியாது.

நான் எழுதுவதற்கான சூழலை அமைத்துத் தருகின்ற கணவர் சக்திவேல், அன்புக் குழந்தைகள் திலீப்குமார் காவியா மற்றும் என் குடும்பத்தினருக்கும் என் அன்பும் ப்ரியங்களும்.

சக்திஜோதி

அய்யம்பாளையம்

26-11-2011

shakthijothi@gmail.com

காற்றில் மிதக்கும் நீலம் என்கிற என்னுடைய நான்காவது தொகுதி, இரண்டாம் பதிப்பாக வெளிவருவதில் என்னை ஊக்கப்படுத்திய பவா செல்லதுரைக்கும் ஷைலஜாவிற்கும் என்னுடைய அன்பும் நன்றியும் .

சக்திஜோதி

ஒலிவ மரப் பெண்

ஒலிவ மரத்தின் இலைகள்
ஒருநாள் உதிர்ந்து கிடந்தன வீடெங்கும்
வீடு மெல்ல மாற்றமடைந்து மரமாகியது

ஒலிவமரம்
பட்டாம் பூச்சிகளையும் குருவிகளையும்
அழைத்தபடியிருக்கிறது

அதன் வேர்கள்
வீட்டின் அறைகளை சுவீகரித்து
பெரிதாய் வளர்ந்து விட்டது

ஒலிவக்காய்கள் இடித்து அரைக்கப்படும் ஓசையும்
நுரைத்துக் காய்ச்சப்படுகிற
எண்ணெய் வாசமும் நிரம்பிய
ஜெருசலத்து மலையாகிப் போனது வீடு

இப்போது
வீட்டில்
ஜெருசலத்துப் பெண்ணொருத்தி கரம் விரித்து
அழைப்பது போல
அசைகிறது
ஒலிவ இலைகள்.

கானகத்தின் நடுவே

கடுங்கோடையில்
நீர் வற்றிப் போய்விடுமென
இடைச்சி சொல்கிறாள்

ஆற்றுப்படுகையின் நாணல்களைப் பார்த்து
அமர்ந்திருந்த என்மேல்
பாறைகளின் நிழல்
கவிந்திருந்தது

தென்னை மரங்களையும்
பரந்த வயல்களையும் கடந்து
வெளியெங்கும் கேட்டுக் கொண்டிருந்தது
மேய்ச்சல் பசுக்களின் கழுத்து மணியோசை

அரிட்டாபட்டி குடைவரைக் கோவிலின்
புடைப்புச் சிற்பங்களின் தொன்மம்
எதிர்காலத்தில் பாழ்பட்டுவிடுமெனப்
பேசிக் கொள்கிறார்கள்
வயோதிக உழவர்கள்

சித்திரமென விரியும்
அடர்ந்த வனத்தின் நடுவே
துறவிகளின் நடமாட்டம்
உளிகளின் சப்தம்

காற்றில்
மிதக்கும் நீலம்

மலைக்கோவிலை விட்டு வெளியேறுகின்றன
சிதைந்து போகக் காத்திருக்கும் சிற்பங்கள்

தாகத்தில் தவிக்கும் கால்நடைகளும்
பாளம்பாளமாய் வெடித்து
ஆகாயம் பார்க்கக் கிடக்கும் நிலமும்
காலடி நிலத்தின் ஊடே
புராதன மேகத்தின் நிழல்
கடந்து செல்கிறது.

✦ மதுரை - மேலூர் சாலையில்
அரிட்டாபட்டி கிராமத்திலுள்ள 7ஆம் நூற்றாண்டு சிவன்
கோவில்

மேற்குச் சுவர்

சாலமோன் கட்டியெழுப்பிய கோவிலின்
மேற்குச் சுவரில் தலைகவிழ்ந்து அழுகின்றனர்
இந்நாளில்

கல்லறைகளால்
நிரம்பியிருக்கும் நகரினை
இடித்துக் கட்டிய பலரும் சரித்திரமாகிவிட்டனர்

உரத்து அழும் குரல்களைத்
தன்னுள் அடக்கி வைத்துக் கொண்டிருக்கிற சுவரில்
வேண்டுதலை எழுதி
சுவரின் இடுக்கில் வைத்து
மன்றாட்டுதலை நிறைவேற்ற
தாவீது வரவேண்டுமெனக் கண்ணீர் வடிக்கின்றேன்

மேற்குச் சுவரின் மேல் வெயில் படிந்து
துயரங்களை எழுதிச் செல்கிற ஒளி
மறைகிறது

மேற்குச் சுவரை விட்டு வெளியேறுகிறேன்
சுவரில் படிந்த கண்ணீர்த் துளி
உடல் மீது
தளும்பாய் நெளிந்துகொண்டிருக்கிறது.

(ஜெருசலேமில் உள்ள மேற்குச் சுவர் (Wailing Wall) பற்றியது.)

காற்றில்
மிதக்கும் நீலம்

என்னைக் கடக்கும் கங்கை

வாரணாசி படித்துறையில்
சிதைகளால் தன்னை நிறைத்திருக்கிறாள்
கங்கை

நதியின் நீண்ட பயணத்தில்
என்னைக் கரைத்திட விரும்புகிறேன்

ஒவ்வொரு முறையும்
மூழ்கி எழும்போதும்
என்னை
தன்னுள் கரைத்து விடாமல் கரைசேர்க்கிறாள்

கரையொதுங்கிக் காத்திருக்கின்றேன்
இடைவிடாமல் எரிந்து கொண்டிருக்கும்
சிதைகளின் மத்தியில்

பூக்களைச் சூடியபடி
என்னைக் கடக்கிறாள்
கங்கை

அந்தப் பெண் துறவி
கங்கையில் மூழ்கி
மேலெழும் போது
நானாகத் தோன்றுகிறாள்.

சக்தி ஜோதி

இருப்பு

புதையுண்ட
பெருநகரத்தின் வீதியில் நடந்து செல்கையில்
கைவிடப்பட்ட பிரதேசமாக அந்நகரம்

சிதைந்த உயர்ந்த அதன் சுவர்களும்
ஒழுங்கமைதியுடன் கூடிய வீடுகளும்
முன்னோர்களின்
வாழ்வை அறிவித்தன

கேள்விகள், ஐயங்கள், ஏக்கங்கள்
மேலும் கோபங்களும்
கேள்விகளாக அங்கே கிடந்தன

இந்த
இருப்பை
உருமாற்றிய
புதையுண்ட பெருநகரத்தில்
சிதைந்து போனது
காலம்

அழியாத வாழ்விலிருந்து
நகரத்திற்குத்
திரும்புகிறேன்.

கட்டிலின் கதை

எங்கள் வீட்டுக் கட்டிலைப் பற்றி
ஒரு கதை இருக்கிறது

ஞாபகங்களிலிருக்கும் அச்சம்
இன்னமும் நீங்கிவிடவில்லை
கட்டில் உறக்கம் இரவில் விழிக்கச் செய்கிறது

இந்தக் கட்டில் உருவாகிய நாட்கள்
அணைகட்டச் சென்றிருந்த
அப்பா
தோதகத்தி மரத்தடிகளை
பூமியில் புதைத்து வைத்திருந்தார்

பெரும் மழைக்கு பின்பான ஒரு நாளில்
மரத்தை எடுக்கச் சென்றபோது
மண்பிளந்து நின்றது
இறந்தவரின் கால்களென

அது
கட்டிலின் நான்கு கால்களாய்
காட்சி தரும் இரவுகளில்
அப்பாவைப் போல

சக்தி ஜோதி

நாங்களும் கண்ணீர் வடிப்போம்
அணைக்கட்டு நீரோடு அதன் பேரிரைச்சலோடு
மழை
காற்று
வெயில் யாவும்
அணைகட்டுப் பணியாளர்களைக்
கடந்துகொண்டிருந்தன.

கோடைகால ஆற்றங்கரையில்

கூழாங்கற்கள்
நிறைந்து கிடக்கும் ஆற்றுப்படுகையில்
பறவைகள் அமர்ந்திருக்கிற
மாலை வேளையில்
சந்தித்துக்கொள்கிறோம்

மீன்களுக்கென பறவைகளும்
புழுக்களுக்கென மீன்களும் காத்திருக்கையில்
கூழாங்கற்களோடு விளையாடிக் கொண்டிருக்கிறேன்

பாசிகள் மிதக்கும்
நீர்ச்சுழலை விலக்கியபடி மீன்கள் நீந்துகின்றன
பறவைகள் பறக்கின்றன

நீ விலகிச் செல்கிறாய்
என் சொல்லையோ
அல்லது
என்னையோ எடுத்துக் கொண்டு

உன் நிழலை என் நிலத்தில் விட்டுவிட்டு...

சக்தி ஜோதி

நெருப்பு

காய்ந்த கிளைகளைச் சேர்த்து
தீயிடுகிறேன்
எரிந்தடங்குகிறது

பூந்தோட்டத்தைக் கடக்கிற பொழுதைக்
கணக்கிட்டுக் காத்திருந்த
நேற்றைய நினைவுகள்

அதிகாலை மார்கழியில்
குளிர்காயும்
சிறுமிகளுடன் சேர்ந்து கொள்கிறேன்

காய்ந்த கிளைகள்
தன் பட்டைகள் வெடிக்க எரிகிறது
கூடவே
பற்றியெறிவது
மலராத சில பூக்களும்தான்

மணலில் அலையும் தனிமை

பாலை நிலத்தைக் கடந்து கொண்டிருக்கிறேன்

பெயரறியாத விலங்குகளின் அசைவுகள்
பறவைகளின் சிறகடிப்புகள்
தொடர்ந்து கொண்டிருக்கின்றன

அகன்ற நிலவெளியை
நிலவு நிறைத்துக் கொண்டிருக்க
காட்டுச் செடிகளின் நிழல்
இருண்மையைக் கவிழ்த்துகிறது மனதில்

இது
ஒரு நீண்ட பயணம்
இரவும் பகலும்
அச்சம் தந்து கொண்டேயிருக்க
முடிவற்றுப் போய்விடும் காலம்

முன்னும் பின்னும்
எவருமில்லையென்கிறபோது

தனிமை
மணலில் புகும் பாம்பாய்
நெளிகிறது.

சக்தி ஜோதி

மண்வாசனை

நூறாயிரம் வீரர்கள் தொடர
சென்றிருக்கிறாய்

குதிரைகளோடும்
யானைகளோடும்
வீரர்கள்

வாட்களையும் வேல்களையும்
ஏந்தி பின் தொடர்கிறார்கள்

உன் உடல் கவசங்களால்
பாதுகாக்கப்பட்டிருக்கிறது
உன் கண்களில்
நிலத்தின் மீதான வெறி சுடர்கிறது
புழுதியால் காற்று நிரம்புகிறது
எதிரிகளின் நிலம் அதிர்கின்றன

நான் அறிவேன்
நீ விரும்பிய நிலத்தை வென்று திரும்புவாயென
உனது நிலத்தில்
உன்னுடையவள்
மண்வாசனை பூக்க விரிந்திருக்கிறாள்
மழையற்று
வறண்ட நிலம் பிளந்திருக்கிறது

இந்த மண்வாசனை
நீ நுகர்கையில்
இந்த நிலத்தின் சுனை பெருகத் தொடங்கும்

அதில் பேச மறந்த நாம்
மிதந்து கொண்டிருப்போம்.

காட்டுத் தீ

காடுகளை அறிந்தது
மரங்களாக
நீரூற்றுகளாக
விலங்குகளாக
மேடுபள்ளங்களாக
என்றாலும்
காடுகள் புதிர்களால் நிரம்பியது

காடுகளுக்குப் பாதைகள் இல்லை
நெருப்புக்கும்கூட

தீ
நகர்வதற்கான ஒரு பாதை
இந்த நிலத்தில்
இந்த வானத்தில் இல்லை

பாதைகள் நேராகச் செல்லும்
வளைந்து வளைந்து செல்லும்
சட்டென்று இடது புறமாகவோ
பட்டென்று வலது புறமாகவோ
அல்லது
திரும்பிச் செல்வது போலவோ

பாதைகளின் பாதை இருக்கின்றன

ஒருபோதும்
இவ்விதிகளுக்குக் கட்டுப்பட்டதல்ல
நெருப்பென்னும் தீ

அது பரவி அழிக்கிறது
கசடுகளை
ஒவ்வாதவைகளை
தீமைகளை
இன்னும் பலவற்றை
அன்பையும் காமத்தையும் தவிர.

நிலா முற்றம்

முற்றம் இல்லாத வீட்டில் ஒருபோதும்
நிலவின் வரவு நிகழ்வதேயில்லை

முற்றத்தைத் தேடிச் செல்கிறேன்
வீதிதோறும் அலைகிறேன்

சின்ன ஜன்னலின் இடையே
வான்வெளியில் ஒளிரும் நிலவை
எனக்குப் பிடிப்பதேயில்லை

வீடுகளின் தாழ்வாரத்தில்
கிணற்றடியில்
நீள் வீதியில் என
எதன் கட்டுப்பாட்டிலும் இல்லாமல்
ஒளியைப் பரப்பிக் கொண்டேயிருக்கிறது நிலவு

ஒரு முற்றம்
தன்னை நிலவொளியில்
நிரப்பிக் கொள்ளவே விரும்புகிறது

நிலவும்
தன் முற்றத்தைத் தேடிக்கொண்டேயிருக்கிறது

முற்றம் அடைய முடியாமல்
நானே முற்றமானேன்
நிலாவும் முற்றமாகி விட

நாங்கள் சந்தித்துக் கொண்டோம்

அறியப்படாத சுவை

அம்மாவிற்கு நன்றாக சமைக்கத் தெரியும்
பரிமாறவும் தெரியும்
அம்மாவிற்கு அன்புகாட்டத் தெரியும்
அவளுக்குத் தெரியாததெல்லாம் வெறுப்பு
அவள் சமைத்துப் போட்டுக் கொண்டேயிருப்பாள்
அவள் விரல்களில் எதைத்தான் வைத்திருப்பாள்
எவருக்கும் தெரியாது

ரசம் வைப்பாள் விதவிதமாய்
சாம்பார் வாசனையால் தெரு மணக்கும்
உணவு வகைகளை சலிக்காமல் செய்வாள்
உப்புப் போட அவள் மறந்ததேயில்லை
ஒருவேளை
அது சற்று கூடியிருந்தாலும் ருசியாகத்தானிருக்கும்
இந்த அம்மாவுக்குத் தெரியாததெல்லாம் ஒன்றுதான்

அம்மாவின் சமையல் சுவையாய்
அவனைப் பிடித்திருந்தது
அவனைப் பிடிக்கும் என்பது நான் அறியாத சுவை
என்பது அம்மா அறியாதது

அவள் அறிந்ததும் நான் அறியாததுதான்.

காற்றில்
மிதக்கும் நீலம்

பாதையில் பரப்பிய தென்றல்

இந்தத் தைமாதப் பௌர்ணமி இரவின் பனியை
வெதுவெதுப்பாக்கியது
உன் நினைவு

வெற்றுப் பாதங்களால்
நிலத்தையளந்தபடி வெகுதூரம் சென்றிருக்கிறாய்
அதற்குப் பின்பும்கூட
நூற்றுக்கணக்கான படிகளை ஏறிக் கடந்திருப்பாய்

உன் மனம்
குன்றுகளில் மிதந்திருக்க
ஒரு விளக்கினை ஏற்றிவைத்து
அதன் ஒளியில் உன்னைப் பார்த்தபடியிருக்கின்றேன்

தைமாதப் பனி
நிலத்தை நனைத்துக் கொண்டிருக்க
உன் நினைவின் சுடரால்
என்னை வெப்பப்படுத்திக்கொள்ள
முயன்று கொண்டிருக்கிறேன்

உனக்கு
என் நினைவு இருக்காதென்பதை
நானறிவேன்
போதிலும்

சக்தி ஜோதி

உன் மனது எந்தச் சுடரை அடைய விரும்பியதோ
அதை
அணையாமல் பார்த்துக் கொண்டிருக்கிறேன்

தைமாத நிலவு நம்மை நனைத்துக் கொண்டிருக்க
மேற்புறமாய் நடந்து கொண்டிருக்கிறாய்

என் மூச்சுக் காற்றால்
விளக்கின் சுடரை எரியச் செய்துகொண்டிருக்கிறேன்
காதலின் பொருட்டு

இந்தச் சுடர் அணையும் முன்
வந்துவிடுவாய்
உன் பாதங்கள் நோகாதபடிக்கு
நிலத்தின் மேல் தென்றலைப் பரப்பிவைத்து
இமைகள் மூடாது காத்திருக்கிறேன்.

மேகம் உரைக்கும் செய்தி

மேகங்கள் பேசுமா என்பதை
நானறிந்ததில்லை

அவன்
மேகமாய் மிதந்து மிதந்து
கடந்து செல்கிறான்
நான் பார்க்கையில் ஒளிர்கிறான்

மழை பொழியுமெனக் காத்திருக்கிறேன்
மேகத்தைப் பின் தொடர்கிறேன்
மேகம் செல்லுமிடமெல்லாம்

உச்சியில் மேகம்

அது
பொழியவுமில்லை
நான் நனையவுமில்லை.

கடிதம்

ஒரு கடிதத்தை எளிதாக
எழுதத் தொடங்கி விடுகிறார்கள்

நிறைய கடிதங்களை வாசித்திருக்கிறேன்

பிறர்
பிறருக்கு எழுதிய கடிதங்களை
நண்பர் நண்பருக்கு எழுதிய கடிதங்களை
எழுத்தாளர் வாசகருக்கு எழுதிய கடிதங்களை
வாசகர் எழுத்தாளருக்கு எழுதிய கடிதங்களை

ஒரு
தூக்குத் தண்டனை கைதி
அவனுடைய தாய்க்கு எழுதிய கடிதங்களையும்
வாசித்திருக்கிறேன்
மட்டுமல்லாமல்
ஒரு கடிதம்
எவ்வாறு எழுதப்பட வேண்டுமெனச் சொல்கின்ற
நூல்களையும் வாசித்திருக்கிறேன்

என்றாலும்கூட

என்
அன்புக்குரியவருக்கு
எழுத வேண்டிய ஒரு கடிதத்தை
எவ்வாறு தொடங்க வேண்டுமென்பதை
அறியாமல் இருக்கிறேன்
அறிந்துகொள்ள விரும்பாமலும் இருக்கிறேன்.

நினைவின் பாடல்

இந்தக் காற்று
இப்பொழுதுதான் விழித்தது

நேற்றிரவு தூங்க மறுத்த
இந்தக் காற்றை
நிலாப் பாட்டுப்பாடி தூங்க வைத்தேன்

நிலாக்களைக் கண்களில் ஏந்தியபடி
பிடிவாதமாய்
தூங்க மறுத்த காற்றை
கரங்களில் அணைத்து உறங்க வைத்தேன்

குளிர்ந்து படர்ந்திருந்த காற்று
இரு நிலவினை விழுங்கியபடி
என் உடல் வெப்பத்தால்
உறங்கத் தொடங்கியது

இந்தக் காற்று
இப்பொழுதுதான் விழித்தது

என்னை உறங்கச் செய்தபடி.

இருவேறு வாசனைகளுள்ள மலர்

காற்றில் மிதந்து வருகிற
ஒரு முத்தத்தை எதிர்கொள்வது சாத்தியம்
ஒரு பெண்ணுக்கும்
ஓர் ஆணுக்கும்

செல்பேசிகள்
ஒரே கணத்தில் ஒரு கோடி இணைப்புகளைச்
செவிகளுக்கு எடுத்துச் செல்கின்றன
பெண் மனங்களைப் போல

ஒரு பெண்
எவ்வாறு ஒரு முத்தத்தை எதிர்கொள்வாள்
அது
முத்தத்தை எதிர்கொள்ளும்
வெட்கத்தைப் பொறுத்ததே

காதல் அறிந்ததில்லை
ஒரே சமயத்தில்
துக்கத்தையும் மகிழ்ச்சியையும்

காதலில் துவங்கும் முத்தம்
காமமாக மாறுகையில்

ஓர் ஆடை அவிழ்வது போல
ஒரு நிர்வாணத்தைப் பார்ப்பதுபோல
முத்தத்தை தரிசிப்பது அத்தனை எளிதல்ல.

சக்தி ஜோதி

நாட்டியமாடும் நாள்

வழக்கத்திற்கு மாறாக
அதிகாலையில் எழுந்து கொண்டாள்
அந்தச் சிறுமி

பள்ளி நாட்களின் சோம்பலிலிருந்து
நாட்டியமாடப் போகிற நாள்

குளிர்ந்த நீரில் குளித்து
நீள் கூந்தலை உலர்த்தினாள்
ஒப்பனைகள் ஒவ்வொன்றாய்
நடந்து முடிந்தன
நீள் விழிகளை விரித்து மையிட்டுக்கொண்டாள்
உதடுகளில் சாயம் பூசிக்கொண்டாள்
இறுதியாக
நாட்டிய உடையினை அணிந்து கொண்டாள்

தன் முன்னிருக்கும் உலகிலிருந்து
வெளியேறி
தன்னுள் இயங்கும் உலகிற்குள் நடந்து செல்கிறாள்

ஆடை மாற்றுவதென்பது
மனதினை மாற்றுவது என்று
அறியாத சிறுமியவள்

காற்றில்
மிதக்கும் நீலம்

நடந்து செல்கிறாள்
மனதிற்குள்ளும்
தாளகதியின் சப்தத்திற்குள்ளும்.

நினைவெனும் பெருவெளி

பனிக்கால வெயில்
உன் நினைவுகளிலிருந்து எழுப்புகிறது என்னை
பூக்களுக்கு நிறத்தைத் தூவியபடி நகர்கிறது வெயில்

கொடியது
இப்பனி அல்ல
பனிக்காலத்தில் வரும்
உன் நினைவுகள்தான்

அந்த நினைவுகள் அக்கினி காலத்து சூரியஒளியைப் போல
சுட்டெரித்துக் கொண்டிருக்கின்றன,
பறவைகளை
கோடையில் தண்ணீருக்கென அலைய செய்வதுபோல

பனியிலிருந்தோ
அந்தக் காலத்தின் துயரம் மிகுந்த சம்பவங்களிலிருந்தோ
விடுபட அலைகிறேன்
அந்தப் பருவம் முழுக்க
வெற்றுப் பாதங்களோடு
பளிங்குக்கற்களை மிதித்து நடந்து செல்கிறேன்

நேற்றிரவு

காற்றில்
மிதக்கும் நீலம்

நீ நடந்து சென்ற பாதை
அனலெனச் சுட்டெரிக்கிறது
கடந்தோ
மிதித்தோ
செல்வது எப்படியெனத் தயங்குகிறேன்

என் முன் விரிந்திருக்கிறது
உன் நினைவெனும் பெருவெளி.

காலடியின் நீரூற்று

நிலமெங்கும் நீரூற்றுகள் புதைந்து கிடக்கின்றன
தாகம் கொண்டவர்கள் அலைந்து கொண்டிருக்கிறார்கள்
நீரூற்றுகளைத் தேடி

நீரூற்றுகளை எவ்வாறு அடைவதென்பதையும்
தங்கள் தாகத்தை
எவ்வாறு தீர்த்துக்கொள்வது என்பதையும்
அறியாமல் இருக்கிறார்கள்
மேலும்
நிலத்தைத் துளைக்கும் கருவிகளை நம்புகிறார்கள்
அவற்றின் உதவியோடு
அளவற்ற சக்தியால் துளையிடுகிறார்கள்

அந்த நிலமோ
அவற்றுக்கு பதிலாக எதையும் தருவதில்லை

ஒரு நிலத்தின் நீரூற்றைக் கண்டடைவதற்கும்
ஒரு நிலத்தின் நீரூற்றைப் பொங்கச் செய்வதற்கும்
ஒரு நிலத்தின் நீரூற்றை ருசிப்பதற்கும்
ஒரு சொல் போதும் என்பதை அறியாதவர்கள்

நீரூற்று
ஒரு தாகம் கொண்டவனுக்காக
பாதங்களுக்கு மேலாகக் காத்துக்கொண்டிருக்கிறது.

பறவையின் விருட்சம்

சிறகுகளின் அசைவில் உருவாகும் ஒளியால்
என்னை அழைக்கிறாய்

உனக்கான சிறகசைப்பு அது
என்பது நீ அறிந்ததே

உயிர் கசிந்து
பேரார்வத்துடன் விண்ணில் பறக்கும் தருணம்
விருட்சங்களில் பூக்கள் மலர்கிறதை
நீ அறிந்து தானிருப்பாயா
இல்லையேல்
நான் ஒரு பறவை என்பதையாவது

என் சிறகுகளின் அசைப்பில் உருவாகும் ஒளியால்
நீ
திரும்பத் திரும்ப அழைக்கிறாய்

பூக்கள்
மரங்கள்
இலைகள்
வான்வெளி எங்கும்
அவ்வொளியை ஒளிரச் செய்கிறேன்

ஒரு பக்க இறகு காதலையும்
மறுபக்க இறகு தூய்மையான நேசத்தையும்
சிறகடித்து விரிக்கிறது

ஒரு பெண்ணை
வானிலிருந்து தரையிறக்குவதுதானே
உனது விருப்பம்
என்றபோதிலும்
உனக்கான
சிறகசைப்பு அதுவென நீயறிவாய்.

கல்வாரி மலைப்பாதையில்

ஜெருசலத்து நகரின் வீதியில்
கல்வாரி மலைப்பாதையில் நடந்து கொண்டிருந்தேன்

நெருக்கமான கடைகளும்
கூட்டமாக மனிதர்களும்
சற்றே களைப்புற்ற
பயணத்தின் இடைவெளியில்
இயேசுவை சந்தித்தேன்

அவர் முக்காடிட்டிருந்தார்
தேவரீர்
ஏன் முக்காடிட்டிருக்கிறீர்
எனக் கேட்டேன்
ஒருவரும் என்னை தரிசிக்க விரும்பவில்லை
மேலும்
நான் வியாபாரப் பொருளாகி விட்டேன்
வியாபாரிகள்
யாரொருவரையும் பார்க்க விரும்பவில்லை

கைப்பையிலிருந்த
முகம் பார்க்கும் கண்ணாடியை
அவரிடம் தந்தேன்
அவர்

தன் முகத்தையும் கூட காண்பதற்கு
விரும்பவில்லை என்றார்
தன் முகமும்
தன் இருப்பும்
மனிதத் திரையில் மறைந்திருப்பதாகவும்
கூறிக் கடந்தார்
அவர் நடந்து செல்லும் பாதையை
பார்த்துக் கொண்டிருந்தேன் இருளில்.

மாதச் சம்பளம்

ஒவ்வொரு மாதமும்
மூன்று நாட்களுக்குள்
ஊதியத்தை எதிர்பார்த்துக் காத்திருப்பேன்
தவறாமல் கிடைத்து விடும்
சிலபோது
ஐந்தாறு நாட்கள் தள்ளியும் போகும்
பதற்றமடைவேன்
பதினைந்து நாட்களுக்கு மேல் எனில்
பதற்றமடைவோம்
எவ்வாறு சமாளிப்பதென
இதனை
நாங்கள்
ஒருபோதும் விரும்பியதேயில்லை
இவ்வாறு நகர்கிறது காலம்
மூன்று நாட்களை அகற்ற விரும்பியபடி
அந்த நாளுக்காய்க் காத்திருக்கத் துவங்குகிறேன்.

அன்பில் நனைந்த மழை

நாம் உள்ளே இருக்கையில்
மழை வெளியே பொழிகிறது

இது
கோடைகாலம் அல்ல
மழைக்காலமும் இல்லை
வெயில் மயங்கிய மாலையில்
மழை பொழியுமென
நடந்து கொண்டிருந்தோம்
மழையில் நனைவதற்கெனவும்

முன்பொரு நாள்
மழையற்ற காலத்தில்
மழையை
முன்வைத்து பேசிக்கொண்டிருந்தோம்
நாம் பார்த்தபடியிருக்க
கடந்து சென்றது மழை

மழைக்காலம் முடிவுக்கு வருகிற
பின்பொரு நாள் தனித்திருக்கையில்
துளித்துளியாய்ச் சொட்டி நிலம் நனைக்கும்

அந்த
கடந்து சென்ற
நினைவிலிருக்கும் மழை.

காற்றில்
மிதக்கும் நீலம்

நினைவின் சுவை

வண்டுகள் ரீங்கரிக்கும் இவ்விரவில்
அறியப்படாத சுவையொன்று
நாவில் ஊறியபடி இருக்கிறது

இரவுக்குப் முந்திய
பகல்
நலிவைத் தருவதாக இருந்தது

மழை பெய்து
குளிர்ந்த தினைச்செடிகள்
செழித்திருக்க
மலைச்சரிவில்
மூங்கிலின் நிழலும்
வெயில் படிந்த அவன் முகமும்
எனக்குள் விம்மியடங்குகின்றன

நீள்மலைத்தொடர் காட்டில்
உறங்காதிருக்கும்
வண்டுகள்
இசைத்துக்கொண்டிருக்கின்றன
நலிவின் பாடலை

இரவெல்லாம்
மூங்கிலைத் தாலாட்டும்

சக்தி ஜோதி

தென்றலின் பாதையைத்
துளையிடும்
வண்டுகள்

மழையில் நனைந்த
தினைச்செடிகளில் மலரும் சிரிப்பை
அவனிடம்
நினைவூட்டினால்தான் என்ன.

வேர் பரப்பிய நினைவுகள்

ஓடும் நதியில் தவறி விழும் ஒற்றையிலை
சலனப்படுத்துவதில்லை நீரின் போக்கினை
என்றறிந்திருந்த மனம்
விம்மிக் கசிகிறது

பழுத்த மஞ்சளும்
வெளிர் பச்சையும் கலந்து
மையம் அகன்று முனை குறுகிய அந்த இலை
நதியில் மிதந்து கொண்டிருக்க
அவன் கண்களை நினைவூட்டியபடியிருந்தது.

என்னுள் விருட்சமென வளரத் துவங்கியது
அவனது வேர்கள்

புலனிலகப்படாமல் கிளைத்துப் பரவின
நிலமெங்கும்

நதியின் போக்கில் செல்லும் அவ்விலை
கண்களிலிருந்து மறைய
நிசப்தமாகிறது காற்று.

சக்தி ஜோதி

ஒரு யானை

எனக்குத் தெரிந்த யானையை
வேறு எவருக்கும் தெரியாது
நீளமான தும்பிக்கையும்
பருத்த கால்களும்
சிறிய கண்களும் இருக்கும்தான்

என் சிறுவயதில் யானை பார்க்க நின்றிருப்போம்
ஆற்று நீரைத்
தும்பிக்கையாய் உறிஞ்சிக் குளிக்கையில்
சிதறித் தெறிக்கும் நீர்த்துளிகளில்
மனது சிலிர்க்கும்

காடெல்லாம் சுற்றி வந்து
உணவில் பங்கு கேட்டு கூட்டத்தோடு
வீட்டு வாசலில் நிற்கும்

ஆற்றினைக் கடக்க
அதன் மேலேறிப் பயணித்தும்
யானைச் சாணத்தை மிதித்து
கதகதப்பூட்டிக் கொண்டதுமான
ஒரு சிறுமி
இன்னும் உயிர்ப்புடனிருக்கிறாள்
மனதிற்குள்
 காட்டு மரங்களின் ஊடே

கருத்த மேகம்போல ஊர்ந்து செல்லும்
யானையை
ஒரு போதும்
பட்டுடையும் நகைகளையும் உடுத்திக் கொண்டு
வருவோர் போவோருக்கு
ஆசி வழங்கும் சமத்து யானைகளுடன்
ஒப்பிடவே முடியாது

காட்டு யானையே
என்னைச் சுதந்திரப் பெண்ணாய்
உணரச் செய்துகொண்டிருக்கிறது.

காற்றில் மிதக்கும் நீலம்

ஆதி நாள் துவங்கி
அந்த நிலம் வெப்பத்தினால்
கனன்று கொண்டிருந்தது

வெண்மையாய் தும்பைப் பூக்கள்
மஞ்சளாய் ஆவாரம் பூக்கள்

காட்டுச் சுண்டைக்காயின்
மகரந்தம் மினுங்கும் பூக்கள்
எனச் செழித்திருந்த
அந்தத் தரிசு நிலமெங்கும்
துளசியின் வாசம் பரவியிருக்க

ஏர் பிடித்து உழப்படாமலும்
பண்படுத்தி விவசாயம் செய்யப்படாமலும்
தனித்திருந்தது

நிழல் தரும் மரங்களற்று விரிந்திருந்த
அந்த நிலம் அந்த வெப்பம்
அவனை நினைவூட்டியபடியிருக்க

பெயர் தெரியாத அந்தக் காட்டுப் பூ
சூரியனிடம் தனக்கான நீலநிறத்தைப் பெற்று
தன் இதழ்களை
அகல விரிக்கத் துவங்கியது.

சில நாட்கள்

சில நாட்கள் வருவது ஏன் என்பது
எனக்கொரு பெரிய கேள்விக்குறி
இந்தச் சில நாட்களை
என் பால்யத்தில் சந்திக்கவேயில்லை
சுற்றித் திரிந்தேன்
மரம் ஏறினேன்
பச்சைக் குதிரை விளையாடினேன்
இன்னும்
எத்தனையோ விளையாட்டுகள்
விளையாடிக் களித்தேன்
அப்பொழுதெல்லாம்
இந்தச் சில நாட்களைக் கடந்ததேயில்லை
ஒரு சூரிய உதயத்தில்
பள்ளி வகுப்பறையில்
அமர்ந்திருந்தபோது
நான்
ஏதோ ஒரு வலியை உணர்ந்த தருணத்தில்
சக மாணவன்
லைட் சிகப்பா எரியுது என்றான்

அன்றிலிருந்து சிலநாட்கள் வருகின்றன
வருகின்றன

வருகின்றன
ஆணாய் பிறந்திருக்கலாம் என்று
நினைக்கத் தோன்றும்
அந்தச் சில நாட்கள்.

வெயில்

மழைக்கால மேகங்கள் தவழ்ந்து கொண்டிருக்கிற
காலைப் பொழுதில்
வெயில் வெற்றிபெற
முயற்சித்துக் கொண்டேயிருக்கிறது.
மேகங்கள் நகர்வதாய் இல்லை
மேக நிழலில்
மனிதர்கள்
விலங்குகள்
கட்டடங்கள்
எல்லாம் மகிழ்ந்து கொண்டிருக்கிறபொழுதில்
வெயிலின் கண்களிலிருந்து
இரண்டு சொட்டு கண்ணீர்த்துளிகள் விழுகிறது
விழுந்து கொண்டேயிருக்கிறது

அதைப் பார்த்துக் கொண்டிருந்த காற்று
மேகத்தை விலக்க முயற்சிக்க
நிலவு
மேற்கில் உதிக்கிறது

வெயிலின் கண்ணீர்த் துளிகள்
மேகத்தில் படவும் இல்லை
நிலம் புகவும் இல்லை

மஞ்சளொளி எங்கோ ஒளிர்ந்து கொண்டிருக்கிறது.

இருள் விழிகள்

கண்களுக்கு எத்தனையோ பெயர்கள் இருக்கின்றன
கண்களுக்கு எத்தனையோ அர்த்தங்கள் இருக்கின்றன
மலர்களும் கண்கள் போலத்தான்
அர்த்தங்கள் நிரம்பியவை
கண்கள் மலர்ந்ததா
மலர்கள் விழித்ததா என
நள்ளிரவில் சோதித்துக் கொண்டிருக்கிறார்கள்
மலர் மலரும்
கண்கள் திறக்கும் என்றபோதும்
தகுதியுள்ளவர் யார்
தகுதியற்றவர் யார் என
கண்களுக்கும் தெரியாது
மலர்களுக்கும் தெரியாது

அவை மூடிக் கிடக்கையில்.

மாயமொழி

ஆயிரம் ஆயிரம் சொற்களை வாசித்திருக்கிறேன்
ஆயிரம் ஆயிரம் சொற்களை எழுத ஆசை

ஆயிரம் ஆயிரம் துரோகங்களைச் சந்தித்திருக்கிறேன்
ஆயிரம் ஆயிரம் துரோகங்களைச் செய்ய ஆசை

ஆயிரம் ஆயிரம் பொறாமைகளைப் பார்த்திருக்கிறேன்
ஆயிரம் ஆயிரமாய் பொறாமைப்பட ஆசை

ஆயிரம் ஆயிரம் மரணங்களைப் பார்த்திருக்கிறேன்
ஆயிரம் ஆயிரமாய் சாக ஆசை

ஆயிரம் ஆயிரம் நல்லவர்களைப் பார்த்திருக்கிறேன்
ஆயிரம் ஆயிரம் நல்லவளாய் மாற ஆசை

ஆயிரம் ஆயிரம் குழந்தைகள் பெற்றவர்களைப்
பார்க்கவேயில்லை
ஆயிரம் ஆயிரமாய் குழந்தைகள் பெற்றுக் கொள்ள
ஆசை
அந்தக் குழந்தைகள்
அன்பின் மொழியால்
ஆயிரம் ஆயிரம் கவிதைகள் எழுதுவார்கள்.

மாதவம்

என் நண்பர்கள் எவ்வளவோ சுதந்திரத்தோடு
இருக்கிறார்கள்
பகல் இரவு என்னும் வேறுபாடு இல்லை
ஒளிவு மறைவு என்பதுகூட இல்லை
நல்லவர்கள் அவர்கள்
அவர்களை நான் ஆராய விரும்புவதேயில்லை
அவர்களுக்கு அந்தரங்கங்களும் இல்லை
அவர்களிடத்தில் ஒரு புதிரையும் நான் பார்க்கவில்லை
வியப்புகள் ஏதுமற்ற அவர்களைப் பார்க்கையில்
சிலபோது
பாவமாகக்கூட இருக்கிறது
புதிர்களற்ற உடல்
வெறும் கூடுதானே
பெண்ணுடல் புதிர்களால் ஆனது
இரகசியங்களின் பிறப்பிடம்
கடலைவிட ஆழமானது
உயர்ந்த மலைகளை விட உயரமானது
பிரபஞ்சத்தைக் கடந்து செல்வது
வானிலும் மிதக்கும்
நீரிலும் மிதக்கும் இரகசியங்கள் கொண்டது
கண்களுக்குப் புலப்படுவதுபோல் இருக்கும்
நாற்பத்தொன்பது ஜென்மங்களும்
பெண்ணாகவே பிறக்க வேண்டும்.

பருவம்

பருவங்கள் மாறிக் கொண்டேயிருக்கின்றன

பருவ மாற்றங்கள் இயற்கையாகவே நிகழ்கின்றன
சிலபோது செயற்கையாக
பருவங்களை மாற்ற முயற்சிக்கும்போது
சமன் குலைந்து போகின்றது

பருவங்களைத் தாண்டித் தாண்டி வந்திருக்கிறேன்
சில பருவங்களைத் தாண்டியதை நான் அறியாதவாறு

ஒரு பருவம்
அது பருவமென்றே எனக்குத் தெரியாது
இன்னொரு பருவம்
அது சிலருக்குத் தெரிந்தது
இன்னும் ஒரு பருவத்திற்கு நான் மாறியபொழுது
என்னைச் சுற்றி
அத்தனை பட்டாம் பூச்சிகள்

எனக்கு வண்ணத்துப் பூச்சிகளை
நிரம்பப் பிடிக்கும்
அவை ஏன் என்னைச் சுற்றிச் சுற்றி வருகின்றன
என்பதை அறியாதவாறு

சக்தி ஜோதி

ஒவ்வொரு வண்ணத்துப் பூச்சியுடனும்
நேசக் கரத்தை நீட்டினேன்
என் விரல்களில் அத்தனை நிறங்கள் அப்பிக்கொண்டன
அந்த வண்ணங்களை
முகர்ந்து பார்த்தேன்
என் உடல் மலர்ந்தது

பருவமாற்றத்தை அறிந்துகொண்ட
நான்
என் விரல்களில்
அப்பிக் கிடந்த வண்ணங்களைக் கழுவியகற்றினேன்

வண்ணத்துப் பூச்சிகள்
வெகுதூரத்தில் பறந்து கொண்டிருந்தன

நான்
வேறொரு பருவத்திற்கு மாறியிருந்தேன்.

விரி சுடர்

சுடர்களைப் பார்த்துக் கொண்டிருக்கிறார்கள்
ஒவ்வொரு தினமும்
ஒவ்வொரு விடியலிலும்
ஒவ்வொரு அந்தியிலும்
மஞ்சளாகவே தோன்றி
மஞ்சளாகவே முடிகிற கதிர்கள்
ஏன்தான் வெண்மையாகவும் ஒளிர்கின்றன

என் விழிகளிலிருந்து
விரியும் சுடரில்
எவ்வாறு நீ மாட்டிக்கொள்கிறாய்
அல்லது
மிதந்து கொண்டிருக்கிறாய்
அல்லது
தப்பிக்க முயல்கிறாய்
அல்லது
உன்னைக் காப்பாற்றிக்கொள்ள முயல்கிறாய்

நான்
வேண்டும் என்றும் நினைக்கிறாய்
வேண்டாம் என்றும் நினைக்கிறாய்

மஞ்சளாய் ஒளிர்ந்து மஞ்சளாய் முடியும்

அந்திகளுக்கிடையில்
ஏன் வெண்மையாய் நீ ஒளிர்கின்றாய்
என்பது புரிகிறது

நீ தப்பித்துக்கொள்

நான் விடுதலையடைகிறேன்.

சந்திப்பு

சந்திக்கத் துடித்துக் கொண்டிருந்தோம்
சந்திப்பால் ஒரு பயனும் இல்லையென்றபோதும்

நமக்குத் தெரியும்
ஒரு பயனும் தேவையில்லையென

என்றபோதும்
உனக்கு ஒரு பயன் வேண்டுமென நினைத்தேன்
எனக்கு ஒரு பயன் வேண்டுமென நினைத்தாய்
நமக்கு எந்தப் பயனும் தேவையில்லையெனக்
கருதினோம்
மேலும்
நாம் நம்மை நினைக்கவேயில்லை

சந்தித்தோம்
பயன் இருந்தது மாதிரியும் இருந்தது
இல்லாதது மாதிரியும் இருந்தது

காத்துக் கொண்டிருக்கிறோம்
இன்னும் ஒரு சந்திப்பிற்கு

ஒரு வேளை அந்தச் சந்திப்பிலாவது
யாருக்காவது
பயன் இருக்கலாம்.

மூடிய அறை

மூடிய அறையில் எவர் வேண்டுமானாலும் இருக்கலாம்
ஒருவருமே இல்லாமலும் இருக்கலாம்
மூடிய அறைக்கு வெளியிலிருப்பவர்கள்
மூடிய அறைக்குள் நிகழ்வதைப் பற்றியே
கவலைப்பட்டுக் கொண்டிருப்பார்கள்

ஒரு அறையின் கதவு
எப்போதாவது திறக்கும்
எப்போதாவது மூடிக்கொள்ளும்
என்கிறபோது
மூடிய அறைகளின் இரகசியங்கள்
புனிதமானவையாகவும்
புனிதமற்றவையாகவும்
ஒரே சமயத்தில் மாறிவிடுகின்றன

என் அறை
என் அறையின் கதவு
எட்டு நாட்கள் திறந்திருக்கும்
அல்லது
இருநூற்றி எழுபது நாட்கள் மூடியிருக்கும்

இருநூற்றி எழுபதுக்கும்
எட்டிற்கும் இடையில் ஊசலாடுவது
நான் மட்டுல்ல.

காற்றின் திசையறிந்தவள்

அந்த மூங்கில் காட்டை
இசைத்துக் கொண்டிருந்த காற்று
இப்போது
அவளுடைய அறைகளை நிரப்பத் துவங்கியது
அவள்
காற்றின் திசைகளை அறிந்தவளாகவும்
காற்றின் போக்கினைத் தீர்மானிப்பவளாகவும்
இருந்தாள்

பால்யத்தில்
வேப்பம் பூக்களின் வாசனையை
அவளிடம் கொண்டுவந்து
சேர்த்த காற்றைத்
தன் கர்ப்ப காலத்தில்
ஆணுக்கு அறிமுகப்படுத்தினாள்
மூங்கில் காற்றென

அவள்
ஆசீர்வதிக்கப்பட்டிருக்கிறாள்
காற்றைப் பருகுபவளாகவும்
காற்றைப் பருகத் தருபவளாகவும்.

சூரியன் பட்ட முதல் பூ
எதுவாக இருக்கும்

வெயில் பொதுவான ஒன்றுதான்
என நினைத்திருந்தேன்

இளஞ்சூடு பரவும் காலை
சுட்டெரிக்கும் உச்சி
மாலை வெம்மை இதமென
மாறிக் கொண்டேயிருக்கும் வெயிலை
முத்தமிட வரவேற்கிறேன்

மின்மினிப்பூச்சிகளைச் சூடி
இரவு
ஒரு பறவையென பறக்கக் காத்திருக்கிறது
எனக்குத் தெரியாமல்

சூரியகாந்திகள் தோட்டத்திலிருந்து
நூறு பறவைகளாய்
வானத்தில் பறக்கத் துவங்க
இரவில் மலரும் பூக்கள்
இதழ் விரிக்கத் துவங்குகின்றன

பகலும் இல்லாத
இரவும் இல்லாத
காலத்தில் மலரும்
முதல் பூவென மலர்கின்றன
அவள் நிலத்தில் அது.

காவியாவும் சிட்டுக்குருவியும்

காவியா
கம்ப்யூட்டர் கேமில்
விவசாயம் செய்து பழகி விட்டாள்
பொட்டடோவில் புழு வருமா எனக்கேட்டு
மருந்தடிக்கத் துவங்கினாள்

முன்னூறு ரூபாய்க்கு முதலீடு செய்து
எண்ணூற்று இருபத்து ஐந்து ரூபாய்க்கு அறுவடை செய்து
ஐநூற்று இருபத்தைந்து ரூபாய் லாபம் பார்த்து
விட்டாளாம்

பிறகு மாற்று விவசாயமாக
தக்காளியைப் பயிர் செய்கிறாள்
பன்னிரண்டாம் நாளில் செடிகளில் இலைகள்
துளிர்ப்பதாக
கணக்கும் சொன்னாள்

கம்ப்யூட்டர் விவசாயம் கற்றுக்கொண்ட காவியாவுக்கு
பின்பொரு நாளில்
விவசாயம் செய்ய நிலமிருக்கிறதா
விதைகளை
எங்கு கண்டடைவது

சக்தி ஜோதி

என்பவற்றை அறியாமலிருந்தாள்
மேலும்
விவசாயம் என்பதை லாப விளையாட்டு என்று
நினைக்கிறாளா என்பதும் தெரியவில்லை

இப்போது அவள்
மோட்டார் வாகனப் பந்தயத்திற்கு மாறிவிட்டாள்
என்சல்ப்பான் பூச்சி மருந்திற்கு
காலிபிளவரிலுள்ள புழுக்கள் செத்துவிடுகின்றன

பாவம் சிட்டுக்குருவிகள் என்ன செய்தன

காவியாக்கள் சிட்டுக்குருவிகளாக மாறி
அனைவரின் வீட்டு வரவேற்பறையிலும்
அமர்ந்திருக்கின்றன
கேள்விகளாய்.

காவியா

ஒரு முல்லை மொட்டுப் போல
அவளிருக்கிறாள்
அவள் கருப்பு முல்லை
கருப்பு முல்லை எப்பொழுது மலருமென்று
நீங்கள் கவனித்துக் கொண்டிருப்பதுபோலவே
நான் பார்த்துக்கொண்டிருக்கிறேன்
ஒரு மொட்டு பூக்கும் முன் சிரிக்குமா
சிரிக்கும்போது கன்னக்குழி விழுமா
மேலும் அந்த மொட்டிற்குக் கண்கள் இருக்குமா

அந்தக் கண்களும் கருப்பாகவே இருக்க
எவ்வாறு ஒரு மொட்டு மலருவதற்கு முன் இத்தனை
மணம் வீசுகிறது
மொட்டின் இமைகள்
ஏன் இவ்வளவு தாமதமாக விரிகிறது

இந்த மொட்டிற்கு உடலுண்டா

ஒன்றும் அறியாமலேயே
அந்த மொட்டு மலரக் காத்திருக்கிறது
எதிர்வரும் ஒரு பௌர்ணமி இரவில்
அவள் தாய் மலர்ந்ததுபோல
அந்த மொட்டின் இதழ்கள் விரிய
அதன் கண்களிலிருந்து ஒளி சிதறும்

அத்தனை மென்மையாக
அத்தனை மென்மையாக

ஒரு மொட்டிற்கு என்ன பெயர் வைப்பது என்பது
அதன் இதழ்களுக்கும்
மேலும் அதன் மணத்திற்கும்
ஒரு பிரச்சினையும் இல்லை

காலம் காலமாய் கடந்து நிற்பது
ஒரு மொட்டு மலர்வதென்றால்
அதன் மணத்தால் உலகம் நிறைவதென்றால்
அது காவியம் என்றால்

அந்த மொட்டின் பெயர் காவியா.

மகள்

மிகவும் கஷ்டம்தான் ஒரு மகளை வளர்ப்பது
அவள்
அவளை உணராததற்கு முன்பு
அவளை நாம் உணர வேண்டும்
அவளுடைய அந்தரங்கங்களை அவள் அறியாத
போதும்கூட
நாம் மறைக்க வேண்டும்
அவள் அந்தரங்கம் அவளுக்கானதன்று
அது நமக்கானது

நாம் சுதந்தரமாக இருப்பது மறுக்கப்பட்ட காலம்
நீட்சியடைகிறது அவளிடம்
அவள் அவளாக மாறியபொழுது
அவளை அவள் அனுபவித்து
அவளை அவள் உணர்ந்து
அவளைக் கடக்க
நாம் அனுமதிக்கவேயில்லை

அவள் நம்மை அறியாமலேயே
அவளைக் கடந்திருக்கிறாள்

இப்போது ஒரு மகளுக்கு சொந்தக்காரியாக

நாம் பட்ட கஷ்டங்களோடு.

சக்தி ஜோதி

வாகை என்ற இனம்

கோடைமழைக்குப் பிந்திய
இந்த அதிகாலையில்
வாகை மரத்தினடியில் நிற்கிறேன்

இந்த வாகை மரம்தான் எத்தனை பெரியது
எத்தனை எத்தனை பூக்கள்
இளஞ்சிவப்பாய் மலர்ந்திருக்கின்றன
என்றபோதும்
வாகை மரம் புறக்கணிக்கப்பட்ட மரங்களில் ஒன்று

நானும் வாகையும் இவ்விதத்தில் ஒன்றுதான்
ஓர் இனத்தின் முன்னே பெண்ணாக
விருட்சங்களின் நடுவே வாகையாக
புறக்கணிப்பின் வேதனையை அறிந்தவர்களாக

வேர்கள் நிலத்திலும்
கிளைகள் ஆகாயத்திலுமாய் வியாபித்திருக்கிறோம்
வெற்றியை அறிந்திடச் செய்பவர்கள்தான் நாங்கள்

வாகையும் நானும் ஒருபோதும்
நிழலுக்காகவோ பூக்களுக்காகவோ
வளர்க்கப்படவில்லை
என்றறிந்த ஒருவன்
வாகை மலரைச் சூடிச்கொள்ளும் இரவில்
நிராகரிப்பின் வலி மறந்து பெருமையடைவேன்.

ஆடைகளற்ற தினம்

ஒரு நாளில்
நிறைய ஆடைகளை அணிய வேண்டியதிருக்கிறது
ஒவ்வொரு ஆடைகளை அணிந்துகொள்ளும்போதும்
அத்தனை சலிப்பு தட்டுகிறது

ஓர் ஆதிவாசியாக இருந்திருந்தால்
இத்தனை ஆடைகள் தேவைப்பட்டிருக்காது

நவீன யுகத்தில் ஆடைகள் பெருகிவிட்டன
ஆடைகள் மனிதர்களைத் தின்றுவிட்டன

நான்
ஆடைகள்மீது வெறுப்புற்று இருக்கிறேன்
ஒரு பெண்ணாய்
இத்தனை ஆடைகளை அணியத்தான் வேண்டுமா

ஒரு நாளின் முடிவில்
வீடு திரும்பி
ஆடைகளைக் களைத்து எறிகிறேன்

என்னைச் சுற்றியிருந்த இரும்பு வளையங்கள்
ஒவ்வொன்றாய் கழன்று விழுகின்றன
குளியலறையில் பிரவேசிக்கின்றேன்
தலைக்குமேல் பொழியும் நீர்

என் துயரங்களைக் கழுவிச் செல்கிறது
நீரால் குளிர்ந்தபடி இருக்கின்றேன்

என்றபோதும்
இன்னும் ஓர் ஆடை
வெளியே காத்துக் கொண்டிருக்கிறது.

திசைகளுக்கு இடையே

எனக்கு ஒரு போதும் தெரியாது
திசைகள் என்பது பெண் என்று
நிலத்தைப் பெண் என்பார்கள்
கடலைப் பெண் என்பார்கள்
மொழியைப் பெண் என்பார்கள்
நிலத்தையும்கூட பெண் என்பார்கள்
ஆனால்
ஒருபோதும் அறியமுடியாத திசையை
எவ்வாறு சொல்ல முடியும்
பெண் என்று

ஒருவன் சொன்னான்
திசைகளுக்கு இடையே இருக்குமென
நான்
ஒரு பெண்ணாய் கேட்டுக்கொண்டிருந்தேன்

அந்தச் சொற்களை
பெண்ணை அறியாத ஒருவன் சொன்னான்
இடையென்பது பெண்களுக்குத்தானே இருக்குமென்று

திசைகளுக்கு இடையே நிரம்பும் வாசம்
அறிந்தவனாம் அவன்

நான்
ஒருபோதும் அறிந்ததில்லை

என்
வாசனையை அறிந்துகொள்ள முடியாதபடிக்கு
என் நினைவின் நூல்கொண்டு
என் வாசலைத் தைத்துக் கொண்டிருக்கிறேன்

இனி நான் பெண் அல்ல
மேலும் துயரத்தோடு சொல்கிறேன்

நான் தாயும் அல்ல.

சுதந்திரம்

மகிழ்ச்சி எதுவென்று அறியச் செய்தவன் அவன்
அன்பு எதுவென்றும்
காதல் எதுவென்றும்
துயரம் எதுவென்றும்
காமம் எதுவென்றும் உணரச்செய்த
அவனே
சிட்டுக்குருவியின் பறத்தலையும்
கற்றுத் தந்தான்
என் தொடுதலில் சில நட்சத்திரங்கள் பூத்தன
அவன் தொடுதலில் சின்னஞ்சிறு சிறகுகள் முளைத்தன
பெண் உடல்
ஆணுக்கானது அல்ல
பெண் உடல்
பெண்ணுக்கானது அல்ல
என்றறிகையில்
அறிந்தேன்

சுதந்திரம் எதுவென.

நதிக்கரையில் நிற்கும் புதிர்

நதிக்கரையில்
தனித்து விடப்பட்ட குடத்தைப் பார்க்கிறேன்

ஒரு தாயின் சுமை தூக்க முடியாத
இயலாமையால் இருக்கலாம்

காதலனுக்காய்
காத்திருந்ததின் சலிப்பாக இருக்கலாம்

கணவனின் துன்புறுத்தல் தாங்காமல்
ஆற்றில் விழுவதற்குத்
துணைக்கு வந்ததாய் இருக்கலாம்

புதிதாக
நீர் சுமந்து பழக ஆற்றுக்கு வந்த
சிறுமியின் விளையாட்டாக இருக்கலாம்

ஒரு வெற்றுக் குடத்துடன்
நதிக்கரையில் நின்றிருக்கும்
என்னைப் பற்றி
யாருக்குக் கவலை.

பூக்கனவு

கோடை விடுமுறை
முற்பகல் விளையாட்டுகளில்
உன்னிப் பூக்களைச் சூட்டி மகிழ்ந்தவனும்
உன்னிப் பழங்களையும் இலைகளையும்
தாம்பூலமெனப்
பழக்கித் தந்தவனுமான அவனை
ஆயிரம் ஆயிரம் இரவுகளைக் கடந்த பின்பு
சந்திக்கிறாள்

இரவுகளை
அவன் நினைவால்
கடந்தபடியிருந்தாள்
எழுதப்படாத இரவுகளின்
வெற்றுக் காகிதங்களையும்
சேகரித்து வைத்திருந்தாள்

அவர்களின் பால்ய நினைவுகளை
எழுதுவதற்கு
இன்னும்
நிறைய காகிதங்கள் தேவைப்படலாம்

காற்றில் படர்ந்திருந்த பக்கங்களில்
நினைவின் வண்ணங்களைக்கொண்டு
பறவைகளின் காடு ஒன்றை வரையத் துவங்கினாள்

அங்கே
இன்னும் சில இரவுகள்
இன்னும் சில பகல்கள்
இன்னும் சில பருவங்கள்

அந்தப் பூக்கள்
மணந்துகொண்டிருக்கும்

தேன் பருக வருகின்ற வண்டைப் பற்றிய
அவள் கனவு தொடர்கிறது.

கோடை மழை

மழை வரும் என்பது எனக்குத் தெரியும்
வெயில் என்னிடம்
இரகசியமாகச் சொல்லிச் சென்றது
மழையை எதிர்பார்த்தபடி
அன்றைய அலுவல்களைத் துவங்கினேன்
மழை வரவேயில்லை நண்பகல் வரை
என் மேல் பூத்த வியர்வையைக்
கைக்குட்டையில் நனைத்தபடி
கடந்து சென்றேன் பகலை
ஒரு புத்தகத்தின் துணையோடு

அது
மழை பற்றிய புத்தகம்
மழை எவ்வாறு பொழியும் என்பதை
விளக்கும் அந்தப் புத்தகத்தை
வாசிக்கத் துவங்கியபோது
நான்
மேகமாக மாறிவிட்டேன்
பின்பு
காதலால் நான் குளிர்ந்தபோது
புத்தகத்தை வாசித்து முடித்திருந்தேன்

மழை பெய்து கொண்டிருக்கிறது
எனக்கு உள்ளேயும் வெளியேயும்.

கோடை வெயில்

இன்றைக்கு வெயில் அதிகம்
பணிகளும் அதிகம்
அதிகாலையில் விழித்தெழ வேண்டியதாயிற்று

ஏன் இந்த அதிகாலை
இத்தனை தொந்தரவாக இருக்கிறது
என்று நினைத்துக் கொண்டபடி தயாராகிறேன்
குழந்தைகள் உறக்கத்தில் இருந்தார்கள்

நான்
வெயிலை எதிர்கொள்ள பயணித்தேன்
பணியாளர்கள் அன்பாகத்தான் இருக்கிறார்கள்
நானும் சுவாரஸ்யம் மிகுந்தவளாகத்தான் இருக்கிறேன்

என்றாலும்
வெயிலுக்குக் கருணையே இல்லை

வெயிலில் நனைந்தபடி
வெயிலை விழுங்கியபடி
வெயிலைக் கடந்து கடந்து
களைத்தும் போகிறேன்

வெயில் மேற்கில் விழுந்து கொண்டிருந்தபொழுது
வீட்டிற்கு வெகு தொலைவில் இருந்தேன்

காற்றில்
மிதக்கும் நீலம்

பணியாளர்களுக்கு வெயிலைத் தெரியாது

களைத்த நான்
வீட்டின் அண்மைக்காகக் காத்திருந்தேன்
அவன் காத்திருக்க
குழந்தைகள் தூங்கியிருப்பார்கள்.

சக்தி ஜோதி

பரிமளத் தைலம்

ஒவ்வொரு நாளும்
நான் சிலுவையில் அறையப்படுகிறேன்
ஒவ்வொரு மூன்றாம் நாளிலும்
நான்
உயிர்த்தெழவே இல்லை
என் உடலிலிருந்து குருதி வழிகிறது
என் உடல் வலியால் துடிக்கிறது
ஒவ்வொரு மூன்றாம் நாளும்
எனக்கு ஏமாற்றதைப் பரிசளிக்கின்றன

பின்னும் ஒருநாளில்
என்னை மாய்த்துகொள்ள முயற்சித்த
மூன்றாவது நாள்
ஈஸ்டராக விடிந்தது.

வாழையடி

புஜ்ஜிக் குட்டியை எல்லோருக்கும் தெரிந்திருக்கும்
புஜ்ஜிக் குட்டிக்கு என்னைப் பிடிக்கும்

புஜ்ஜிப் பையனையும் எல்லோருக்கும் தெரிந்திருக்கும்
புஜ்ஜிப் பையனுக்கும் என்னைப் பிடிக்கும்

புஜ்ஜி பையன் அப்பா மாதிரி இருக்கிறான்
புஜ்ஜிக் குட்டிக்கு முயல்களைப் பிடிக்கும்
புஜ்ஜிப் பையனுக்கு வண்ண வண்ணக் குருவிகளைப்
பிடிக்கும்
புஜ்ஜி பையனும்
புஜ்ஜிக் குட்டியும் சண்டை போட்டுக் கொள்வார்கள்
பிரிக்கவோ சமாளிக்கவோ இயலாது அந்தப்
பஞ்சாயத்தை

நானும் அவனும் புஜ்ஜிக் குட்டியாகவும் புஜ்ஜிப்
பையனாகவும்
இருந்த தருணங்களை
நினைவுபடுத்தும் அவர்களின் சண்டை

காலையில் அவ்வளவு நட்பாய் இருப்பார்கள்

புஜ்ஜிப் பையன் வளர்ந்து கொண்டிருக்கிறான்
புஜ்ஜிக் குட்டி வளர்ந்து கொண்டிருக்கிறாள்
நினைத்துக் கொள்கிறேன்
புஜ்ஜிப் பையனுக்கு
ஒரு புஜ்ஜிக் குட்டியும்
புஜ்ஜிக் குட்டிக்கு
புஜ்ஜிப் பையனும் பிறப்பார்கள்

நாங்கள் புஜ்ஜிப் பையனாகவும்
புஜ்ஜிக் குட்டியாகவும்
வளர்ந்துகொண்டிருப்போம்.

சுமை

நானாக இருப்பது இத்தனை சிரமம்
சுமை என்றால் அத்தனை சுமை
உங்களுக்குப் புரியாது சுமந்தவர்கள் அறிவார்கள்
நுனிமுதல் அடிவரை சுமை
அந்தச் சுமையை சுவை என்பார்கள்
சுமந்தே பார்க்காமல்
சுவைத்துப் பார்ப்பவர்களுக்கு சுமையின்
அருமை தெரியுமா
அத்தனை சிரமம் இத்தனை சுமையை சுமப்பது
ஆடையாக இருக்கலாம்
உறவாக இருக்கலாம்
காவலாக இருக்கலாம்
எதுவாக வேண்டுமானலும் இருக்கலாம்
வெகுசிரமம் இத்தனை சுமையை சுமப்பது

நான் யாரென்று கேட்கிறீர்களா
அவ்வாறு கேட்டால்

நீங்கள் ஓர் ஆண்.

மேகங்கள் உரசிக் கொள்ளும்பொழுது

நாங்கள்
வேறு வேறு திசைகளில் பயணிப்பவர்கள்

சிலபோது எதிரெதிரே கடந்து செல்வோம்
எங்களை நாங்கள் பார்த்தவாறு

அவன் கண்களில் மின்னல் பூக்கும்
என் கண்கள் அதைத் தாங்கித் கொள்ளும்

மீண்டும்
நாங்கள் எதிர் கொள்கையில்
என் கண்களில் மின்னல் பூக்கும்

அவனால் தாங்கவே இயலாது.

உற்சாகம்

ஒருத்திக்கு எப்பொழுது
உற்சாகமடைவாள்
தெரியாது
ஏன் உற்சாகமடைகிறாள் என்பதும்
தெரியாது
உற்சாகத்திற்குக் காரணமானவனுக்கும்கூட

காரண காரியமின்றி
சில சம்பவங்கள் நடக்கலாம்
ஒரு சொல் போதும் ஒருவன் சாவதற்கு
ஒரு சொல் போதும் ஒருவன் வாழ்வதற்கு
இதில் சொல்பவர் யார் என்பதுதான்
சொல்லின் முக்கியம்

இந்தச் சொற்களுக்குப் பின்னால்
ஓர் ஆணும் இருக்கலாம்
ஒரு பெண்ணும் இருக்கலாம்
பெண் என்பவள் சக்தி என்றால்
ஆண் என்பவன் யார்
ஆண் என்பவன் சக்தி என்றால்
பெண் என்பவள் யார்

எந்தப் புராணத்தைப் பற்றியும்
பேச விரும்பவில்லை

ஒரு சொல் என்பது
ஒருவனை வாழ வைக்குமென்றால்

அந்தச் சொல்லைச் சொல்வேன்.

குறிஞ்சி மலர்

குறிஞ்சி மலர் என்னிடம் தோற்றுவிட்டது
கொஞ்சம் வருத்தம்தான்
எப்படியும் குறிஞ்சிமலர்கள்
பன்னிரெண்டு ஆண்டுகளுக்கு ஒருமுறை பூக்கும்
ஒரே ஒருமுறை பூப்பவள் நான்

எப்பொழுது மலர்ந்தேன் என்பது
ஒருவருக்கும் தெரியாது
அம்மாவின் கணக்கு வேறு
அப்பாவுக்கோ கணக்கே தெரியாது
இன்னும்
இன்னும்
இன்னும்
பலருக்கும் மலர்தல் என்றால் என்னவென்றே தெரியாது
அந்த இரகசியத்தை அறிந்த ஒரே ஒருவன் உண்டு

நான் மலர்ந்த தருணத்தை
அவனிடம் சொல்லும் முன்பு
நான் செத்து விடலாம்

அப்படிச் சாவேன்.

ஓவியம்

உன்னை ஓவியமாக்க முயல்கிறேன்
ஓவியம் வரைவதில் கெட்டிக்காரியல்ல
நன்றாக கோலம் வரைவேன்
என்றபோதும்
என் விரல்கள் உன்னை வரையவே விரும்புகிறது
என் கோலங்களில்
பூக்கள் மொட்டவிழ்கின்றன
முயல்களும்
ஆட்டுக் குட்டிகளும் உயிர் பெறுகின்றன
ஒரு கோலத்தை
வண்ணங்கள்கொண்டு நிரப்புவதைப் போல
ஓவியத்தை
எதைக் கொண்டு நிரப்புவது
மேலும் உயிர்ப்பிப்பது

நான்
வரைந்து முடித்த ஓவியத்தில்
நீ பாதை தவறி விட்டாய்
புள்ளிகளுக்கிடையே பாதையைக் கண்டுபிடித்து வா

காத்திருக்கிறேன்
ஒரு புள்ளியாகவேனும்.

காதலின் நீட்சி

நெடுநாட்களாக அவனை
எனக்குத் தெரியும்
நெடுங்காலமாக அவனைத்தான்
தேடிக் கொண்டிருந்தேன்
என்பதை அறியாமலிருந்தேன்

பின்பொரு நாளில் நிகழ்ந்த சந்திப்பில்
அறிந்த போது
அவனிடம் சொல்வதற்கென
அவகாசம் இருந்த போதிலும்
அவனது வார்த்தைகளுக்கு
பதிலாக
என்னிடம்
சொற்களோ
சொற்றொடர்களோ இல்லை

பள்ளிக்கூடத்தில்
பாடநேரத்தில் விளையாட அனுமதிக்கப்பட்ட
சிறுமியின் குதூகலத்துடன்
தரப்படுகிற
கொஞ்சம் முத்தங்களும்
கூடுதல் மௌனமும்
அவனுக்கானவையென்பதை

அவன் அறிந்தேயிருக்கிறான்
மேலும்
முன்கடந்த காலத்தையும்
எதிர் நீளும் காதலையும்...

முகவரி

என் முகவரியைத் தேடி
அல்லது கேட்டு அலைந்தார்கள்
எனக்கும்
அவர்களுக்கு என் முகவரியை
குறைந்தபட்சம் என் தொலைபேசி எண்களைத்
தெரிவிக்க ஆசைதான்

நான் நடந்து செல்கையில்
எத்தனையோ கண்கள்
என்னைப் பின் தொடர்வதை
உள்ளுணர்வால் அறிவேன்

பெண் என்பதால்
எங்கிருந்து நோக்கும் விழிகளையும்
உடல் அறிகிறது
மேலும் அது பரவசப் படுத்துகிறது
என் ரகசியங்களைத் தேடி அலைபவர்களிடம்
ரகசியங்களைப் பகிர்ந்துகொள்ள ஆசைதான்

நான்
ஆடைகளால் மட்டும் சூழப்பட்டவள் அல்ல

சக்தி ஜோதி

கடந்து செல்கிறேன்
ஆயிரம் ஆயிரம் கனவுகளை
என்மீது காண்பவர்கள் பற்றிய
கனவுகளோடும்
ஆச்சர்யங்களோடும்
மேலும் சிறிது புதிர்களோடும் .

கொண்டாட்டம்

பங்குனி பிறந்து விட்டது
என் கொண்டாட்டங்களுடைய வாசனை
பரவத் துவங்கி விடும்
ஒவ்வொரு சித்திரையும்
என் பால்யத்தை மீட்டெடுத்துக்கொள்ளும் காலம்

கிராமத்தில்
திருவிழா களைகட்டும்
சிறுவர்களும் சிறுமிகளும்
புத்தாடையில் அத்தனை வண்ணமயமாய்
கும்மாளமிட்டுத் திரிவார்கள்

இரவுகள்
இசைக் கச்சேரிகளாலும்
குறவன் குறத்தி நாடகங்களாலும்
பொங்கி வழியும்

ஒரு சிறுவன்
ஒரு சிறுமியிடம் சண்டையிடுவான்
ஒரு பெரியவர்
ஒரு சிறுமியிடம் தன்னைக் கட்டிக்கொள்ளுமாறு
வம்பு செய்வார்

இன்னும்
இன்னும்
இன்னும்
எவ்வளவோ ஞாபகத்திற்கு வருகின்ற மாதம்
இந்தச் சித்திரை முடிய வேண்டாமே என நினைப்பேன்
ஒவ்வொருமுறையும்
என்றாலும் கடந்து செல்லும் இந்தத் திருவிழா மாதம்

காத்திருக்கத் துவங்குவேன்
மீண்டும் பால்ய நினைவுகளுக்கு
அப்பொழுது
நான் பூமியை இன்னும் ஒரு சுற்று சுற்றிக் கடந்திருப்பேன்.

தவம்

இன்று நீ என்னைப் பார்த்தே ஆக வேண்டும்
அல்லது நான்
இல்லையென்றால் நாம் காத்திருக்க வேண்டும்
குறைந்தது பன்னிரெண்டு ஆண்டுகள்

காலம் பற்றி
உன்னைவிட நான் நன்கறிவேன்

காலம் சமரசமற்றது
மேலும்
அதனிடம் பேரம் பேச இயலாது

நான் தவம் செய்தேன் ஒன்றை அடைவதற்கு
இத்தனை காலமாக

நான் அடைந்தேன்
அடைந்தேனா என்று தெரியவில்லை

அப்பொழுது
அது என்னைக் கடந்திருந்தது

எனக்குக் காத்திருக்கவும் தெரியும்.

செடியில் பூத்திருக்கும் கண்ணன்

பருத்தி வெண்மையாய்
வெடிக்கும்
அது
இளமையாய் இருக்கும்பொழுது
சுவைத்து சுவைத்து உண்பார்கள்
அதைத் தாண்டி வெண்மையாய் வெடிக்கும்

அந்தப் பருத்தி
திரௌபதிக்கு எவ்வாறு சேலையாக மாறியது

கண்ணன் எங்கு செல்வான்
அவளுக்கு ஆடைகளைக் கொடுக்க

மேகம் போல் தொங்கிய பருத்தி
எவ்வாறு நூலாக மாறியது என்பதையும்
அது எவ்வாறு ஆடையாக மாறியது என்பதையும்
மேலும்
அது எவ்வாறு திரௌபதியின் மானத்தைக்
காப்பாற்றியது என்பதையும்
கண்ணனே அறிவான்

மேலும்
கண்ணனைத் தேடிக் கொண்டிருப்பது
அவள் ஒருத்தி மட்டும் அல்ல என்பதையும்.

காற்றில்
மிதக்கும் நீலம்

கானகத்தில் தொலைந்து போதல்

தொலைந்து போவது நல்லது
அல்லது தொலைந்து போவதை உணர்வது நல்லது

பலமுறை தொலைந்து போயிருக்கிறேன்
பலமுறை என்னை மீட்டெடுத்திருக்கிறார்கள்

ஒருமுறை தொலைந்து போனபோது
எவருமே என்னை மீட்டெடுக்கவில்லை
நான் அப்போது பறவைகள் தேசத்திலிருந்தேன்
பறவைகளின் தேசம் என்பது
புதிர்களால் ஆனது

நான் எத்தனை விரும்பியும் வீடு திரும்ப
இயலவேயில்லை
சோர்ந்து போய்
அந்த தேசத்திலேயே தங்கிவிட்டேன்

இன்று
என் மகள் காணாமல் போய்விட்டாள்
எந்த தேசத்தில் அவளைத் தேடுவது என்பது குறித்து
குழம்பிப் போயிருக்கிறேன்

எனக்குச் சிறகுகள் இருந்த போதிலும்.

சக்தி ஜோதி

சக்தி ஜோதி (1972)

தேனி மாவட்டத்தில் முல்லையாற்றின் ஈரம் படர்ந்திருக்கும் அனுமந்தன்பட்டி கிராமத்தில் பிறந்து, மருதாநதி கரையின் அய்யம்பாளையத்தில் வசிக்கிறார் சக்தி ஜோதி. பெற்றோர் : பாண்டியன், சிரோன்மணி.

தமிழில் முதுகலைப் பட்டம் பெற்றிருக்கிறார். சங்க இலக்கியத்தில் முனைவர் பட்ட ஆய்வு மேற்கொண்டிருக்கிறார். நீர்செறிவு மேலாண்மையைக் கவனப்படுத்தி செயல்படுகிற இவர் விவசாயம் மற்றும் பெண் கல்வியை மையப்படுத்தி சமூகப் பணியாளராக இயங்கி வருகிறார்.

பணிநிமித்தமாக சீனா, இலங்கை, மலேசியா, சிங்கப்பூர், அமெரிக்கா, தாய்லாந்து, இஸ்ரேல், போர்ச்சுக்கல் ஆகிய நாடுகளுக்கு பயணித்திருக்கிறார்.

இவரது கவிதை தொகுதிகள்

நிலம் புகும் சொற்கள்	- 2008
கடலோடு இசைத்தல்	- 2009
எனக்கான ஆகாயம்	- 2010
காற்றில் மிதக்கும் நீலம்	- 2011
தீ உறங்கும் காடு	- 2012
சொல் எனும் தானியம்	- 2013
பறவை தினங்களைப் பரிசளிப்பவள்	- 2014